MAHAL KO ANG AKING NANAY
I LOVE MY MOM

Shelley Admont
Sa Pagguhit nina Sonal Goyal at Sumit Sakhuja

www.kidkiddos.com
Copyright©2014 by S.A.Publishing ©2017 by KidKiddos Books Ltd.
support@kidkiddos.com

All rights reserved. No part of this book may be reproduced in any form or by any electronic or mechanical means, including information storage and retrieval systems, without written permission from the publisher or author, except in the case of a reviewer, who may quote brief passages embodied in critical articles or in a review.
Lahat ng karapatan ay nakalaan.
First edition, 2016

Translated from English by Ma Aurora Sicat
Isinalin mula sa Ingles ni Ma. Aurora L. Sicat
Edited by Melissa San Pedro

Library and Archives Canada Cataloguing in Publication
I Love My Mom (Tagalog English Bilingual Edition)/ Shelley Admont
ISBN: 978-1-5259-1176-7 paperback
ISBN: 978-1-77268-603-6 hardcover
ISBN: 978-1-77268-361-5 eBook

Please note that the Tagalog and English versions of the story have been written to be as close as possible. However, in some cases they differ in order to accommodate nuances and fluidity of each language.

Although the author and the publisher have made every effort to ensure the accuracy and completeness of information contained in this book, we assume no responsibility for errors, inaccuracies, omission, inconsistency, or consequences from such information.

Para sa mga pinakamamahal ko-S.A.
For those I love the most-S.A.

Kaarawan na ni Nanay bukas. Nagbubulungan sina Jimmy, ang maliit na kuneho, at ang dalawa niyang nakatatandang kapatid sa kuwarto.

Tomorrow was Mom's birthday. The little bunny Jimmy and his two older brothers were whispering in their room.

"Mag-isip tayo," sabi ng panganay na kapatid. "Dapat sobrang espesyal ang regalo natin kay Nanay."

"Let's think," said the middle brother. "The present for Mom should be very special."

"Jimmy, ikaw diyan ang palaging may magandang naiisip," dagdag pa ng pangalawang kuya ni Jimmy. "Ano sa tingin mo?"

"Jimmy, you always have good ideas," added the oldest brother. "What do you think?"

"Uhm…" Nag-isip nang mabuti si Jimmy. Bigla siyang nagkaroon ng ideya, "Puwede kong ibigay sa kanya ang paborito kong laruan – ang aking tren!" Kinuha niya ang tren mula sa kanyang kahon ng mga laruan at ipinakita ito sa kanyang mga kapatid.

"Ahm…" Jimmy started thinking hard. Suddenly he exclaimed, "I can give her my favorite toy — my train!" He took the train out of the toy box and showed it to his brothers.

"Sa tingin ko hindi magugustuhan ni Mommy ang iyong tren," sabi ng panganay kapatid. "Kailangan natin ng panibagong ideya. Mag-isip tayo ng bagay na talagang magugustuhan niya."

"I don't think Mom wants your train," said the oldest brother. "We need another idea. Something that she will really like."

"Alam ko na," natutuwang sabi ng pangalawa niyang kuya. "Puwede natin siyang bigyan ng libro."

"Oh, I have one," screamed the middle brother happily. "We can give her a book."

"Isang libro? Iyon ang angkop na regalo para kay Nanay," puna ng panganay kapatid.

"A book? It's a perfect gift for Mom," replied the oldest brother.

"Tama, puwede nating ibigay ang paborito kong libro," suhestiyon ng pangalawang kuya habang papalapit sa bookshelf.

"Yes, we can give her my favorite book," said the middle brother as he approached the bookshelf.

"Pero mas gusto ni Mommy ang mga libro tungkol sa misteryo," malungkot na tutol ni Jimmy, "at para sa mga bata ang librong ito."

"But Mom likes mystery books," said Jimmy sadly, "and this book is for kids."

"May punto ka nga," pagsang-ayon ng pangalawa niyang kuya. "Ano ang dapat nating gawin?"

"I guess you're right," agreed his middle brother. "What should we do?"

Tahimik na naupo at nag-isip ang tatlong magkakapatid na kuneho hanggang sa may naisip ang panganay na kapatid,

The three bunny brothers were sitting and thinking quietly, until the oldest brother finally said,

"Mayroon akong magandang ideya. Bigyan natin siya ng regalong gawa natin mismo gaya halimbawa ng card."

"There is only one thing that I can think of. Something that we can do by ourselves, like a card."

"Maaari tayong magdrowing ng sangkatutak na puso," suhestiyon ng pangalawa niyang kuya.

"We can draw millions of millions of hearts and kisses," said the middle brother.

"At pagkaraan, sabihin natin kay Mommy kung gaano natin siya kamahal," dagdag ng panganay na kapatid.

"And tell Mom how much we love her," added the oldest brother.

Ganadong-ganado silang umpisahan ang paggawa ng card.

They all became very excited and started to work.

Masipag na nagtrabaho ang tatlong kuneho. Gumupit, nagdikit, nagtiklop at nagpinta sila.

Three bunnies worked very hard. They cut and glued, folded and painted.

Gumuhit si Jimmy at ang pangalawa niyang kuya ng mga puso at hugis halik. Nang matapos, nagdagdag pa sila ng maraming puso at hugis halik.

Jimmy and his middle brother drew hearts and kisses. When they finished, they added more hearts and even more kisses.

Isinulat ng panganay na kapatid ni Jimmy sa malalaking letra ang mga katagang:

Then the oldest brother wrote in large letters:

"Maligayang Kaarawan, Nanay! Mahal na mahal ka namin. Ang iyong mga anak."

"Happy birthday, Mommy! We love you soooooooo much. Your kids."

Sa wakas, tapos na ang card. Ngumiti si Jimmy.
Finally, the card was ready. Jimmy smiled.

"Sigurado akong magugustuhan ito ni Mommy," sabi niya habang pinupunas ang kanyang namantsahang kamay sa kanyang pantalon.
"I'm sure Mom will like it," he said, wiping his dirty hands on his pants.

"Jimmy, ano ba iyang ginawa mo?" sigaw ng panganay niyang kapatid. "Hindi mo ba napansin na puno ng pinta at pandikit ang iyong mga kamay?"
"Jimmy," screamed the oldest brother. "Don't you see your hands are covered in paint and glue?"

"Oh, oh…" gulat na nasabi ni Jimmy. "Hindi ko napansin. Pasensiya na!"
"Oh, oh…" said Jimmy. "I didn't notice. Sorry!"

"Maglalaba tuloy si Nanay sa kanyang kaarawan," malungkot na tugon ng panganay niyang kapatid habang nakabusangot kay Jimmy.

"Now Mom has to do laundry on her own birthday," added the oldest brother, looking at Jimmy strictly.

"Hindi! Hindi ako makapapayag!" tutol ni Jimmy. "Ako mismo ang maglalaba ng sarili kong pantalon." At siya'y tumungo sa banyo.

"No way! I won't let this happen!" exclaimed Jimmy. "I'll wash my pants myself." He headed into the bathroom.

Sabay-sabay nilang nilabhan ang namantsahang pantalon ni Jimmy at sinampay para matuyo.

Together they washed all the paint and glue from the pants and hung them to dry.

Pagbalik nila sa kuwarto, sumilip si Jimmy sa sala at nakitang nandoon na ang kanilang Nanay.

On the way back to their room, Jimmy gave a quick glance into living room and saw their Mom there.

"Tingnan mo, natutulog si Nanay sa sopa," bulong ni Jimmy sa kanyang mga kapatid.

"Look, Mom is sleeping on the couch," whispered Jimmy to his brothers.

"Kukunin ko ang aking kumot," sabi ng panganay niyang kapatid na bumalik sa kanilang kuwarto.

"I'll bring my blanket," said the older brother who ran back to their room.

Nakatayo si Jimmy at pinagmamasdan ang kanyang Nanay na natutulog. Sa sandaling iyon, naisip niya kung ano ang perpektong regalo para sa kanilang Nanay. Napangiti siya.

Jimmy was standing and looking at his Mom sleeping. In that moment he realized what the perfect gift for their Mom should be. He smiled.

"Meron akong naisip!" sabi ni Jimmy nang bumalik ang panganay niyang kapatid dala ang kumot.

"I have an idea!" said Jimmy when the oldest brother came back with the blanket.

May ibinulong siya sa kanyang mga kapatid at masayang-masayang tumango ang tatlong kuneho.

He whispered something to his brothers and all three bunnies nodded their heads, smiling widely.

Dahan-dahan silang lumapit sa sopa at kinumutan ang kanilang Nanay.

Quietly they approached the couch and covered their Mom with the blanket.

Marahang siyang hinalikan ng bawat isa at binulong, "Mahal ka namin, Nanay."

Each of them kissed her gently and whispered, "We love you, Mommy."

Dinilat ni Nanay ang kanyang mga mata. "Oh, mahal ko din kayo," tugon niya, nakangiti at yakap-yakap ang kanyang mga anak.

Mom opened her eyes. "Oh, I love you too," she said, smiling and hugging her sons.

Kinabukasan ng umaga, maagang gumising ang tatlong magkakapatid na kuneho para ihanda ang kanilang sorpresang regalo para kay Mommy.

The next morning, the three bunny brothers woke up very early to prepare their surprise present for Mom.

Nagsipilyo sila, tiniklop ang pinaghigaan at sinigurong niligpit ang mga laruan.

They brushed their teeth, made their beds perfectly and checked that all the toys were in place.

Pagkaraan, pumunta sila sa sala para punasan ang alikabok at linisin ang sahig.

After that, they headed to the living room to clean the dust and wash the floor.

Sunod, pumunta sila sa kusina.
Next, they came into the kitchen.

"Ihahanda ko ang paboritong tustadong tinapay ni Nanay na may strawberry jam," sabi ng panganay niyang kapatid, "at ikaw Jimmy, pakigawa siya ng sariwang orange juice."
"I'll prepare Mom's favorite toasts with strawberry jam," said the oldest brother, "and you, Jimmy, can make her fresh orange juice."

"Pipitas naman ako ng mga bulaklak mula sa hardin," pagboboluntaryo ng pangalawa niyang kuya na tumungo sa pinto.
"I'll bring some flowers from the garden," said the middle brother who went out the door.

Nang nakahanda na ang almusal, hinugasan ng mga kuneho ang lahat ng pinggan at pinalamutian ang kusina ng mga bulaklak at lobo.

When breakfast was ready, the bunnies washed all the dishes and decorated the kitchen with flowers and balloons.

Masayang pumasok ang magkakapatid na kuneho sa kuwarto nina Tatay at Nanay hawak ang birthday card, sariwang bulaklak at kaluluto pa lamang na almusal.

The happy bunny brothers entered Mom and Dad's room holding the birthday card, the flowers and the fresh breakfast.

Nakaupo si Nanay sa kama. Ngumiti siya habang kinakantahan siya ng kanyang mga anak ng "Maligayang Kaarawan" pagpasok sa kuwarto.

Mom was sitting on the bed. She smiled as she heard her sons singing "Happy Birthday," while they entered the room.

"Mahal ka namin, Nanay," sabay-sabay nilang pagbati nang masaya.

"We love you, Mom," they screamed all together.

"Mahal ko rin kayong lahat," sagot ni Nanay habang hinahalikan ang kanyang mga ank. "Ito na siguro ang pinakamasayang kaarawan sa buong buhay ko!"

"I love you all too," said Mom, kissing all her sons. "It's my best birthday ever!"

"*Hindi pa nagtatapos diyan ang aming sorpresa,*" sabi ni Jimmy habang kinikindatan ang kanyang mga kapatid. "*Halika sa kusina at sala!*"

"You haven't seen everything yet," said Jimmy with a wink to his brothers. "You should check the kitchen and the living room!"

www.ingramcontent.com/pod-product-compliance
Lightning Source LLC
Chambersburg PA
CBHW061144070526
44584CB00033B/4420